trên tất cả đỉnh cao
là lặng im

PHẠM CÔNG THIỆN

TRÊN
TẤT CẢ
ĐỈNH CAO
LÀ
LẶNG IM

HƯƠNG TÍCH PHẬT VIỆT

TRÊN TẤT CẢ ĐỈNH CAO LÀ LẶNG IM
Phạm Công Thiện
Hương Tích Phật Việt xuất bản lần thứ nhất tại Hoa Kỳ, 2014

Bìa: Uyên Nguyên
Hình: Khánh Dương

ISBN: 978-1-62988-185-0

Lời mở đầu

... Một đêm, tôi nằm chiêm bao thấy Goethe hiện về, bảo tôi hãy nhớ lại câu thơ ngắn của ông và gợi ý gián tiếp cho nhan đề tập thơ này:

Ueber allen Gipfeln
Ist Ruh
(Trên Tất Cả Những Đỉnh Cao
Là Bình Yên)

Một ngày xa xưa nào đó trong trí nhớ loài người, Goethe đã viết câu trên nơi khung cửa sổ túp lều gỗ vùng núi cao Kickelhaln ở Ilmenau vào một buổi chiều ngày 6 tháng 9 năm 1780; trên năm chục năm sau, trở về thăm lại chốn cũ, tình cờ Goethe nhìn thấy lại những câu thơ mình đã viết bằng bút chì nơi khung cửa ấy, dù trên nửa thế kỷ đã trôi qua và đã xóa đi mất tất cả mọi sự. Ngày 4 tháng 9 năm ấy, năm 1831, viết thư cho Zelter sau lần thăm chốn xưa, Goethe đã ghi nhận đôi lời hàm súc:

"sau bao nhiêu năm mình mới trông thấy:
những gì vẫn còn lại và những gì bị xóa mất"

Tôi đã bỏ quên đâu mất rất nhiều bài thơ của mình trên 35 năm lang thang lưu lạc khắp thế giới; tập thơ này chỉ còn lại những gì vẫn còn lại với sự Lặng Im hiu hắt nào đó trên cao...

Phạm Công Thiện
Long Beach California
Tháng 7 năm 2000

5

Thay lời dẫn

Anh đã ra đi từ đó, từ thời buổi hỗn mang. Trong từng khoảnh khắc sát na, từng quãng liên tục vi tế của hạt bụi, anh từ chối chính mình. Khi mọi người ca tụng anh như một thiên tài, anh vất bỏ thần tượng để đi như một tên lãng tử vô lại. Khi người đời khinh miệt, khi những người thân yêu thù ghét, căm hận, anh đốt lửa soi đường độc hành bằng ánh sao Mai lẻ loi.

Đã đi thì đã đi rồi.

Bước chân thoạt chớm khởi hành ấy đã vấp phải âm vang địa chấn của Long Thọ:

> *gataṃ na gamyate tāvad*
> *agataṃ naiva gamyate*/ MK. ii. 1a

Có gì trong những bước đi, và còn gì trong những bước đi? Chỉ một khoảng ngắn cần vượt qua, khoảng ngắn được đo bằng chính tự ngã của ta. Anh nhảy qua hố thẳm. Hố thẳm như là, vì chính là, ý hướng tính của ta phóng xuất ra đó; bóng tối của thời gian tích tụ ảo ảnh ngông cuồng của tuổi trẻ. Anh nhảy qua hố thẳm, nhảy qua cái bóng của chính mình. Những bước nhảy vẽ thành chuỗi thất bại liên tục trong đời, trong dòng tương tục vô hạn của thời gian, lan tràn qua biên độ vô biên của thế giới:

Đã đi mất hẳn đi rồi
Hạ phương tịch mịch trùng khơi phong kiều

Cái đã đi, một cái gì đó vô nhân, vô ngã, đã đi qua trong tôi, trong người, trong đâu đó, hữu biên và vô biên, hữu hạn và vô hạn; cái đã đi ấy chưa hề được thực hiện, chưa hề được đi. Khoảnh khắc đột nhiên ngừng lại. Quá khứ biến mất. Cái đã đi, cái tôi nào đó đã đi, con đường nào đó đã được đi, ngày tháng nào đó đã trải đi; thời gian và thế gian ngưng tụ, ngưng đọng. Không quá khứ; phóng ảnh vị lai chợt dừng lại, như bị đẩy lùi lại sau, đẩy lui vào quá khứ, rồi biến mất. Câu chân ngôn xuất hiện:

Oṃ ga ga ṇa: Án nga nga năng.

oṃ sarva-saṃskāra-pariśuddha dharmate gagana samudgate svabhāva:

Hết thảy hiện tượng thảy đều thanh tịnh, tự tánh xuất hiện trong hư không pháp tánh!

Ồ, hư không! Hư không hủy diệt. Tìm dấu chim bay trong hư không:

Có còn gì nữa mà thương.

...

Sắt son tình cũ ...

Người anh yêu, một phương trời mất dấu; như sợi lông thiên nga phất phơ trong không gian rực lửa. Lửa soi sáng trái tim, trong đó hiện hình Thiên nữ. Thiên nữ chuyển thân thành Thánh mẫu Bồ tát Cứu Độ Đa-la:

Án Đa La tịch mịch hồng.

Oṃ tāre tuttāre ture svāhā

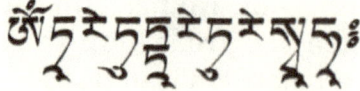

Những giọt nước mắt từ khóe mắt Đại Bi của Bồ tát Quán Thế Âm rơi xuống; giọt nước mắt hiện thân thành Thánh nữ Đa-la. Ngài hiện thân sức mạnh để dẫn người khốn khổ vượt qua khỏi những tai họa hiểm nghèo. Tai họa bởi nước cuốn, bởi thú dữ, cũng như bởi sự phản bội của người tình. Bởi vì Tāra có nghĩa là Cứu độ.

Từng âm thanh mật ngôn như những ánh sao lấp lánh – bởi Tara cũng có nghĩa là Ngôi Sao, mờ nhạt nhưng có đủ uy lực để đưa người đến chỗ an toàn. Tara, hay Tārā, Mẹ của Đại Bi và Đại Trí, luôn nhìn xuống những đứa con ngu xuẩn, và yếu đuối, đang lang suốt cả đêm dài trên mặt đất hoang vu.

Bài thơ có năm đoạn, hay một thiên thơ có năm bài, đi theo nhịp bước chân của Bát-nhã: *gate – gate – paragate – parasaṅgate – svāhā*! Hoặc vô tình, hoặc cố ý, để cho cảm xúc từ những hoài vọng tiếc nuối quá khứ, đã đi và đã mất, diễn theo từng đợt sóng xô. Người lữ hành bước đi, từng con sóng của đại dương cuốn theo, xóa sạch từng dấu chân đi. Lưu lại trong khách ảo ảnh tiền thân, phảng phất mùi hương, và sắc màu quá khứ không phai nhạt.

> *yathā māyā yathā svapno*
> *gandharvanagaraṃ yathā/*
> *tathotpādas tathā sthānaṃ*
> *tathā bhaṅga udāhṛtam // MK. vii. 35*

Như huyễn tượng, như chiêm bao, như thành phố giữa hư không, cũng vậy, những gì xuất hiện, tồn tại, rồi hủy hoại.

> *Đã đi rồi đã đi chưa*
> *Thượng phương lụa trắng đong đưa giữa trời.*

Tuệ Sỹ

Ārya Tārā

XANH

Xanh ban trưa dập dìu
Hường hường lên buổi chiều
Mưa sa ngoài biển vắng
Bồng bềnh mộng thúy yêu

CUỐC

Cuốc kêu đầu xương rồng
Dương xỉ rụng trăng rằm
Vỗ mạnh vào thạch động
Rồi lui mất biệt tăm

ANH SẼ HIỆN

Anh sẽ hiện ồ anh sẽ hiện
Cả rừng cây không ai lên tiếng
Bóng tối tràn vũ trụ tan hoang
Tiếng thơ kêu trên đầu con kiến

Kiến lửa ngày xưa đốt mộng mơ
Nằm nghe con ngựa nhảy qua bờ
Em về bên ấy quên đi nhé
Anh chẳng bao giờ biết đến thơ

Một hàng áo trắng phất trong sương
Vũ trụ chiều nay sao quá buồn
Tôi đắp kín mền trong gác lạnh
Nghe mùa xuân dậy ở đông phương

Đông phương xanh lửa dậy tung hoành
Đông phương vàng dẫy chết chim oanh
Trời Paris chiều nay nhân loại ngủ
Em đi đi và nhớ quên anh

Đời anh buồn trần gian đi chợ
Mặt anh buồn như chim không thở
Cả sông này cả đời này nứt vỡ thành thơ
Rừng thơ hiện Đông phương im tiếng

Anh về rồi mây mọc bên hiên
Ồ em ơi trời đất chìm rồi
Đông phương lặn bướm ngày tan biến.

BUỒN

Có chuyện buồn trên cao
Phù phép nổi lào rào
Có chuyện buồn hôm nào
Thôi hết còn gặp nhau

Có chuyện buồn hôm sau
Có nàng tiên cởi áo
Đôi vú nhỏ nghẹn ngào
Thơm nóng đỏ trăng sao

Có chuyện buồn chiêm bao
Nàng tiên cài khuy áo
Mưa dột mấy rừng đào
Thôi hết còn gặp nhau...

MỘNG

Mộng ở đầu cây mơ lá cây
Giòng sông ngừng chảy đợi mây bay
Kêu nhau nhỏ nhẹ sầu năm ấy
Chim hải hồ bay trắng tháng ngày

Tình nhỏ quên rồi em ở đâu
Mây bỏ trời đi tìm sông sâu
Em về lồng lộng như sương trắng
Hồn chết trôi về thương hải châu

ĐI

1.

Đã đi thì đã đi rồi
Thượng phương trùng điệp thấy gì nữa đâu
Hạ phương ngày tháng bể dâu
Sắt son tình cũ phượng cầu túy hương
Có còn gì nữa mà thương
Buổi trưa nằm ngủ thấy nường năm xưa.

2.

Đã đi rồi đã đi chưa
Thượng phương lụa trắng đong đưa giữa trời
Đã đi mất hẳn đi rồi
Hạ phương tịch mịch trùng khơi phong kiều
Chuyển hình trên đỉnh cô liêu
Lửa bay thành ngọn hồng điều mật ngôn
Đại Huyền biến ngưỡng triêu tôn
Tiền thân Tây Tạng nhập hồn chiêm bao
Án nga nga nẵng bạch hào
Một luồng sáng rực chiếu vào trái tim.

3.

Năm nàng thiên nữ tôn nghiêm
Trùng quan ngũ sắc ứng điềm tán không
Án Đa La tịch mịch hồng
Mười phương xuất hiện những đồng sinh thiên
Bát Nhã là gái thiên tiên
Khoan thai cởi áo mây hiền trên cao
Gió lùa thơm tóc tơ đào
Thập bát Không Định tiêu dao tiếng đàn
Trời mưa chim ngủ trên ngàn
Sắt son tình cũ nước tràn sang sông.

4.

Đã đi rồi có đi không
Thượng phương trùng điệp cỏ hồng thúy hương
Đi đâu mà lại lên đường
Hạ phương còn gặp cô nường năm xưa
Đã đi rồi đã đi chưa
Sắt son triều ngưỡng tình xưa hiện về
Phượng cầu ngũ lĩnh sơn khê
Một bông hồng nở bốn bề lặng im
Năm nàng tiên đậu vào tim
Âm nhập dương khởi lim dim xuất thần.

5.

Nhập định tam muội tần thân
Trở về động cũ như lần gặp xưa
Đã đi rồi đã đi chưa
Đền thiêng triệu ngưỡng người xưa kiếp nào
Tình bay lên nóng trăng sao
Gió lùa thơm tóc cô nào năm xưa
Đã đi rồi đã đi chưa
Thương phương lụa trắng đong đưa giữa trời
Đã đi mất hẳn đi rồi
Hạ phương tịch mịch bỏ đời biệt tăm.

CÓ CON BƯỚM

Có con bướm gáy nửa đêm như gà
Cầu sắt bạch hà
Sông trắng hắc phong
Đánh trống lên đồng
Ma kêu như vịt
Gió rít trên dòng sông xưa
Em còn đó
Gió rít trên đồi không mưa
Trăng còn nhỏ
Sông trắng như cơn điên đỉnh ngọ
Buổi chiều cửa đóng
Một bóng qua đời
Hai bóng đi đưa
Ba bóng ngồi nhớ
Bóng tối đèn cầy
Bóng dáng em đi
Mỗi chiều ba mươi
Bóng dáng tôi đi
Những đường Paris

Mưa bay khói thuốc
Tôi ho sông chảy
Con cá chợ chiều
Người bán cải tươi
Nước còn dính ngọn
Em còn nhỏ khi lửa lò vừa nhóm
Một cốc rượu đỏ
Gió đuổi ngô đồng
Xe điện hầm không chạy hôm nay
Tôi vẫn còn ho khi mùa bông rắc phấn
Quán rượu buổi chiều
Kín gió chưa em

RẠN

Rạn nứt thiên trì nghe hơi thở em
Gió thổi qua đền
Mưa bay đường hẻm
Tuổi thơ uất nghẹn
Mộng nhỏ thâu đêm trôi dòng Đông hải
Đất nổ thôn hời
Ma tru động gió
Đường đi nhổ gai
Trăng xanh đầu ngõ
Con gái buổi chiều đồng rộng chim heo
Bóng con mèo đen leo qua cửa sổ
Mẹ ơi đầu xuân con băng mặt nhựt
Lượm giẻ màu xanh lau nhẹ chiêm bao
Lầu chuông sáu giờ
Vách tường sơn đen
Đợi em từ sáng
Ông già ngủ quên
Trẻ con rớt tiền
Gió mùa đông thổi con nhện bơ vơ.

NGÀY

Ngày về không tiếng chim
Em đã chết trên đồi
Phố đêm trời rạng tím
Một chùm mây cũ trôi

THƠ

Thơ thẩn bên khóm hồng
Chiêm bao rừng tiễn đông
Áo bay trên lầu cũ
Thoảng nhẹ một mùi bông.

ĐÊM

I.

Đêm tối nào ru mái tóc em
Mộng gì lạ thấy quá êm đềm
Em nằm thở nhẹ như bươm bướm
Hai má thơm nồng lại nóng thêm

II.

Anh ngủ dịu hiền trong giấc mơ
Rồi em vờ ngủ rất thờ ơ
Chờ khuya em khẽ bàn tay mộng
Choàng nhẹ vai anh bao phím tơ

III.

Anh vụt cười to động đóa hồng
Dịu dàng em rắc giữa hương nồng
Anh ngồi chỗm dậy như sư tử
Vồ chụp bướm ngàn lúc rạng đông

IV.

Buổi tiễn em đi tận cửa ga
Anh bước theo em – sư tử già:
Dặn dò em nhớ về bên ấy
Đừng để bướm bay lộn mái nhà

V.

Bướm bay rồi thú dữ ở đâu
Hồn anh gầm thét dưới con tầu
Trở về ngủ muộn trên lầu vắng
Bỗng thấy em về trong đêm sâu

VI.

Tuyết trắng bây giờ không thấy bay
Mùa đông đi nhẹ dưới chân giày
Anh nằm mơ tưởng em về lại
Đặt nhẹ mây trời trên cánh tay

VII.

Con bướm xoay mòng bay đi đâu
Mùa đông ôm nhau trên thang cầu
Em ngồi anh hát cười vang xóm
Bồ câu đập cánh bên kia lầu

VIII.

Một con trăng lạ đậu trên đầu
Anh hôn em buồn như cô dâu
Tối xưa hai đứa ôm nhau ngủ
Một kẻ đắm tàu nơi sông sâu.

TÔI CHỜ

1.

Tôi chờ buổi chiều
Chiều đã đến

Tôi chờ buổi sáng
Sáng đã đến

Buổi sáng chờ trưa
Trưa đã đến

Chiều chờ ban đêm
Đêm đã đến

Tôi chờ người xưa
Không ai đến.

2.

Bước hoài chiều đến hường thê lương
Tân Cương nín thở tuyệt lộ trường
Trôi con tàu mộng về Cam Túc
Người đi bông cỏ trắng đầu đường

Sơn hạ tha hương lạc mất nường
Vu Điền vàng mộng hường biên cương
Trôi bông cỏ trắng về Tây Hạ
Bước hoài đêm đến hường thê lương

Bước đi bông cỏ trắng đầu đường
Trôi con tàu mộng về trăm phương
Qui Tư chở gió về Cam Túc
Sơ Lạc Vu Điền ngựa rớt cương.

SẦU CA
CHO MARINA TSVETAYEVA

I.

... Chiếc ghế lăn ngã trên sàn nhà
Rắn hè lặng lẽ bỏ sân ga
Thang lầu rung nhẹ chuyến tàu xa
Sầu ca năm cũ Marina...

II.

Đời là ghế vậy mà đồng ngãi
Thơ chở tàu đi lạc bến hoài
Thi nhân đi mất không về lại
Sầu ca năm cũ đòng đong mãi:

III.

"Nhà thơ là một chuyến tàu xa
Mọi người đều tới muộn sân ga"
(Tot poyezd, na kotory
Vse/Opazdyvayut...)
Năm cũ sầu ca Marina...

IV.

Chuyến xe chạy mọi người đến trễ
Đường sao băng không một người về
Sầu ca còn bỏ quên trên ghế
Marina ơi trời tận thế:

V.

"Thi sĩ đưa lời từ cõi lạ
Lời xô thi sĩ bỏ đi xa"
(Poèt-izdaleka zavodit rech"./ Poèta
Daleko zavodit rech…)
Rắn hè lẳng lặng lìa sân ga

VI.

Chiếc ghế ngã chúi trên sàn nhà
Marina đong đưa nắng hạ
Đôi chân dài buông thả sân ga
Sầu ca tử biệt Marina…

NHỮNG GÌ

Những gì không với tới
Thì có sẵn đó rồi
Bao nhiêu danh vọng hời
Vài ba cụm bèo trôi

TÔI KHINH BỈ

Tôi khinh bỉ mùa thu trên tóc em
Những con ngựa già chạy đuổi bóng trăng non
Tôi khinh bỉ tiếng gà gáy trọn đêm thâu
Những bóng ma đen trở về mua mộng ảo
Đường lên mặt đá hoa cương nổi loạn
Biển nổi cù lao trên trời ly hương
Những con rắn già nằm ngủ mười lăm thế kỷ
Hạnh phúc đổ trên khóe mắt bé thơ mùa tuyết chảy

Mây đông đùn khói cá chết trên trời
Tóc Hương xõa xuống nhú đồi Place de la Contrescarpe
Những con đường lên, những con đường xuống
Tôi bước theo Hương trên đường lên dốc ngược
Hương xõa tóc dài phủ đá sông sâu
Xóm chợ Mouffetard Hương bước nghiêng đường dốc
Và hát rất nhỏ

> *Moi je construis*
> *Les marionnettes*
> *Avec de la ficelle et du papier...*

Tôi hát theo rất lớn
Cơn gió heo may dâm loạn
Tôi hát theo luống cày lên hoa
Tóc Hương bay lâu đài yêu ma
Những chiếc lá marronniers
Những đám mây non của trời tháng tư
      Đầu tháng tư
      Tôi hát theo lâu đài huyễn mộng
      Tiếng xe điện hầm cuối phố
      Jussieu thét mòn lòng đất Paris
Như tiếng hát của Hương khoét nhói đời
tôi những đêm trắng bạch, những đêm
Pari mỏi mòn thuốc lá, những đêm cà phê huyền chảy mướt
tóc Hương
Trên chuyện tình tưởng tượng
và chỉ là tưởng tượng.
      Những đêm nín thở
      Những đêm mưa tháng tư tưới trên
cỏ măng mọc mướt thân thể của một người
      Mưa phùn tháng tư tưới trên những nhú hoa linh lan

Những nhú hoa *muguets* trắng bạch

Bóng mặt đường trong con ngươi của

mắt Hương

Bóng mặt đường trên những trang giấy tôi mang từ
Greenwich Village đem về cho Hương bôi đen những ô nhật
ký

màu xám

Moi

Je construis

Les marionnettes

Avec de la ficelle

Et du papier

MỖI BƯỚC

Mỗi bước chân ra đi
Triệu vũ trụ thiên di
Mỗi chỗ tôi ngồi lại
Sáng bừng lên diệu lý

MỘT CHÚT MÂY

Một chút mây và một chút mưa
Hồn em thở nhẹ cõi xa xưa
Buồn bay lên mấy hàng dây thép
Mây trắng em còn phơi ban trưa

Rất nhiều buồn và một chút đau
Em chợt hiện về trong chiêm bao
Chiều Paris hò hẹn hôm nào
Tưởng gặp sao mà không thấy nhau

Có gì buồn như chút rượu say
Thức trọn đêm và ngủ ban ngày
Trăng khuya một mái nhà ga lạ
Tôi bước đi hoài trọn tối nay

Từ sông Seine bèo bọt chợ trời
Băng qua cầu bỗng nhớ Montreuil
Đồi Montmartre hẹn em tiền kiếp
Một chút buồn như có gì rơi

BÔN BA

Bôn ba ngoài vạn dặm
Cũng chỉ một trăng rằm
Bao nhiêu là hố thẳm
Xoáy về nốt ruồi đậm

THƠ CHO KHOẢNG TRỐNG

Chim dồng dộc hong thơ trên cửa sài, gái thổ gài tổ chim trên lưng ngựa thồ.

Vùng núi cao thổ phồn sinh sôi nẩy nở phôi châu của ngút ngàn bông đậu tía.

Cơn giông tố rã rượi trên thiên đảnh tuyết sơn, hốt nhiên vùng dậy tung hoành, làm sụp ngã những cây tùng lạc diệp, và bao dong con chim dồng dộc hong thơ trên cửa sài. Tổ chim trên lưng ngựa thồ và rừng bông đậu tía tuyên chiến với tất cả ngôn ngữ loài người, phôi dựng khởi nguyên từ mút cùng cõi đất. Ban đầu là

phôi châu, bông đậu tía bên cửa sài, tổ chim dồng dộc được gài trên lưng ngựa thồ của gái thổ, thiên đảnh thổ phồn, dông tố ban đầu, lạc diệp tùng sụp đổ từ mút cùng cõi đất. Ban đầu là

phôi châu, thai mẹ, ngôn ngữ việt mường, tiếng nói thai tạng, cha, má, mẹ, mạ, cái, phôi châu bông đậu tía, bông trắng đậu hòa lan ở trước mặt bàn viết, gái thổ, đen và đẹp, gài tổ chim trên lưng ngựa thồ, thổ phồn, lan nhã ngút ngàn bông đậu tía. Ban đầu là giông tố nổi lên từ thiên đảnh tuyết sơn. Ban đầu là

chim dồng dộc hong thơ trên cửa sài.
Gài tổ chim trên lưng ngựa!
Tuyên chiến với tất cả ngôn ngữ loài người!

... Mùa lúa chín vàng, chim dồng dộc bay về, luồng gió tuyết sơn thổi hiu hắt về nam phố. Luồng gió rì rào trên thiên cấm sơn, từ núi cấm thổi về mỹ tho, rồi thổi về đà lạt. Mùa lúa chín vàng, chim dồng dộc bay về nam phố. Giông tố vùng vẫy trên thị trấn cũ ven sông cửu long, giông tố làm sụp đổ những cây sao trên đường phố và tuổi thơ trốn biệt từ mút cùng cõi đất. Trở về thị trấn ven biển, đâu là hoài phố? Phố hiến, hội an, hoài phố, nỗi sầu lãng đãng trên ba trăm năm ở những vùng thị trấn ven biển của quê hương, những cửa sài của vùng lan nhã đất mẹ từ một ngàn năm trước, những con dê con trên vùng núi đầy chim dồng dộc. Ban đầu là

dộng cửa sài của lãng sĩ tu hành ẩn dật trên non cao, dộng đầu té lọt vào rừng bông đậu tía, chim dồng dộc bay về mùa lúa chín, lạc diệp tùng sinh sôi nẩy nở, từ mút vùng cõi đất, dông tố thổi về nam phố. Ban đầu là

hoài phố! hoài phố! Thị trấn buồn ven biển, ngút ngàn bông đậu tía.

Tuyên chiến với tất cả ngôn ngữ loài người!

Giông tố từ thiên đảnh tuyết sơn trở về bao dong tổ chim dồng dộc. Luồng gió buồn thổi về nam phố, những bông sao rụng trên con đường vắng, trời mưa lất phất, giàn đậu hòa lan trắng xóa, những con chim yểng học nói tiếng người, năm con dê con trên vùng núi đầy chim bói cá.

Người ta đã đốn những cây sao trên đường phố, và tuổi thơ sụp đổ. Giông tố thổi hiu hắt về nam phố. Mùa lúa chín vàng có sao phướn đi qua. Sao phướn đi qua.

Và có tiếng đóng đinh vào cái quan tài nhỏ bé của tuổi thơ.

Tuổi thơ đem những hột lúa ra ngâm nước trên ngược dòng sông cửu long.

A! Lúa đã nứt mộng! Lô giang và triết sơn? (Lô sơn bảng lảng khói mưa, triết giang con nước triều đưa rạt rào? Sống chưa đến đó nghẹn đau, tới rồi về lại thấy nào khác xưa? Lô sơn

bảng lảng khói mưa, triết giang con nước triều đưa rạt rào!)
Ban đầu là

Nứt mộng! Lúa vừa nứt mộng, khi chim đồng độc bay về mùa lúa chín vàng và rừng bông đậu tía phất phơ gần bên thị trấn ven biển. Luồng gió buồn từ tuyết sơn thổi hiu hắt về nam phố. Chim yểng bay đi và chim bói cá trở về trên mặt nước...

Ban đầu là?

Cơn sấm sét chấn động long vỡ cả trời đất. Không! Sấm hãy còn trong lòng đất vùng núi tuyết sơn. Có người lạ đẽo gỗ trên rừng đậu tía. Cả khu rừng đậu tía đã bị đẽo sạch, từ mút cùng cõi đất rã rượi, chim đồng độc vụt bay về làm tổ. Một hạt phong châu bông đậu tía còn sót lại trong lông cổ vàng dợt chim nhỏ. Hạt phôi châu rớt giữa kẽ chân gái thổ, nường bước chậm rãi và giẫm chân đạp mạnh phôi châu lún xuống dưới bóng cây lạc diệp tùng và dương trở lại... dần dần hưng thịnh và nuôi dưỡng tổ chim đồng độc sinh sôi nẩy nở ngút ngàn bông đậu tía.

Chim đồng độc lại hong thơ trên cửa sài.
Người con gái thổ lại trở về gài tổ chim trên lưng ngựa thồ.

Mưa rừng cao tưới tắm trên đôi vú đen và đẹp. Gái thổ bước ra và bước vào hang động tuyết sơn. Sau bảy ngày, ngựa thồ trở về đứng đợi bên giàn đậu hòa lan trắng xóa. Cửa ải thổ phồn đóng kín.

Và kẻ thương lữ không còn lên đường đẽo gỗ, và lãng sĩ ẩn dật núi cao không còn coi xét bốn phương, yên lặng nuôi dưỡng tổ chim đồng độc phôi dựng trở lại ban đầu.

Gái thổ đi giữa rừng là đầy chim bói cá và trở lại một mình với lan nhã ngút ngàn bông đậu tía. Dê con vừa mới sinh ra đời

Dộng đầu té lọt vào rừng bông đậu tía.

Luồng gió buồn thổi về nam phố, giông tố vùng dậy tung hoành trên những thị trấn ven biển. Mùa lúa chín vàng có sao phướn đi qua. Sao phướn đi qua và có người lạ đóng đinh vào quan tài tuổi thơ.

Tuổi thơ ngâm lúa trên mặt nước cửu long. Nứt mộng! Gieo mạ trên vùng núi lô sơn, nhìn ngó nước triều triết giang rào rạt, và chim bói cá trở về thị trấn ven biển, hoài phố! Hoài phố! Thị trấn buồn ven biển, ngút ngàn bông đậu tía...

Tuyên chiến với tất cả ngôn ngữ loài người!

Mùa lúa chín vàng có sao phướn đi qua.

Sao phướn đi qua.

Chim dồng dộc hong thơ trên cửa sài.

Gái thổ, đen và đẹp, gài tổ chim trên lưng ngựa thồ. Luồng gió thét gào trên núi cấm. Tuổi thơ trốn biệt từ mút cùng cõi đất. Bầy chim bói cá sinh sôi nẩy nở.

Bông đậu hòa lan trắng xóa trên bàn.

Giông tố nổi lên từ thiên đảnh tuyết sơn.

Những bông sao rụng trên con đường vắng. Con chim yểng học nói tiếng người. Sau nỗi sầu lãng đãng trên ba trăm năm, có còn kẻ thương lữ nào trở lại phố hiến và hội an? Phố phường hoang vắng, có người lạ đóng đinh vào quan tài, và người đàn ông đã lìa bỏ hoài phố và đi đâu biệt tích. Mười năm tuyệt tích giang hồ.

Rồi trở về lại hà hơi trên tổ chim dồng dộc.

... chim dồng dộc trở về hong thơ trên cửa sài, và gái thổ một
mình trở lại gài tổ trên lưng ngựa thồ
và luồng gió buồn vẫn thổi hiu hắt
về nam phố...

TRƯỜNG GIANG MỸ THO

1.

thôi nôi con trường giang mọi rợ
tôi mọi mãi mỗi trường an
con diều hâu chạy bắt con chim
con chim lòn qua kẽ núi
lọt ra gió Hải Nam thổi hiu hắt về trường sơn.
Nước trường giang mẹ ru chim ngủ
con lớn khôn rồi bỏ mẹ bay xa
cha con già trường sơn con ơi
trường giang đi chảy mãi nửa đời
trường sơn già ngồi đứng hứng mưa
mưa đi từ dưới chân đỏ bồ câu thượng thủy tây hồ
con lớn khôn rồi quên đất quên sông
con sông nào Cửu Long chảy từ thượng tứ
Mỹ Tho buồn thây chết trôi sông
súng nổ bên cầu quay
mẹ bồng con đóng cửa
lính Tây dương đang say rượu giao thừa
bông cúc vàng đầy sân ướt máu
ba con già con trẻ đi xa
súng nổ trên mái lầu
nhà cháy bên hông
mấy dì con chơi tứ sắc
con còn nhỏ quá con ơi

2.

thôi rồi thằng trường giang mọi rợ
tôi mọi mãi nỗi lang thang
con chim trĩ xưa đỏ nuôi cá lia thia
cá phượng mái đẻ ra một bầy trứng
và rong rêu xanh kỳ lạ ao hồ
trốn học bị cha còng cẳng
bầu cua cá cọp mỗi năm buồn
càng lớn lên càng thấy Tết bơ vơ
bông mai nở trên đầu cây chợ vắng
dưa hấu làng hiu hắt nắng ba mươi
súng nổ bên cầu quay
mẹ tôi bồng con chạy trốn
giặc Lê dương đang say rượu
thằng bé con có biết gì đâu
chim bay nhiều chiều nay Toulouse
tôi uống từng chùm nho đỏ
còng cẳng tôi trên thượng túy thu hồ
người dượng bị Tây bắn
xác nơi đâu hai con nhỏ bơ vơ
bà ngoại đi tìm thấy chẳng thấy
mười năm sau tôi bị còng cẳng ngục tù
mẹ tôi đến thăm
đem theo một gà mên cơm nóng
mẹ tôi khóc
tôi nhìn sông Cửu Long chảy
đừng như dượng con ơi
tôi nhìn sông Cửu Long chảy
tôi đúng rồi trường giang mọi rợ
mẹ hãy về đi và hãy bỏ con đi

mẹ tôi khóc
đừng như dượng con ơi
yêu nước làm gì để hai con nhỏ bơ vơ
tôi nhìn trường giang chảy
mẹ hãy đi về
người công an già gác cổng
cậu rất lạ kỳ
sau này cậu có làm lớn
hãy nhớ đến tôi
tôi nhìn trường giang chảy
tôi chỉ muốn làm con chó
chạy giỡn mưa trường giang sa

3.

rồi từ ấy trường giang lại càng mọi rợ
khi chảy khi bay
khi thượng đỉnh đìu hiu khi trác táng
đến tận màn sân khấu
vẫn nhớ những buổi hát bội quê nhà
kèn trống cải lương đứa con nít ngó cô
đào trang điểm
từng dưới hầm nhà hát mỹ tho
cô đào chửi đ... má
đứa con nít đ... hiểu gì hết
mà chỉ nhớ tô hủ tiếu phổi bò
nó bắt gặp một sáng khi cô đào chổng
cẳng ăn gãi ngứa
tấn tuồng sao quá lạ
tôi không hiểu
nhưng sao mà quá đỏ nóng

như một triệu côn trùng lóe sáng
tôi bắt mỗi đêm
trong bao diêm
cho tôi những tràng dưa hấu
quá đỏ
quá đỏ
những ngày trước tết
biển nha trang trời sinh cát hạ
đọc thơ Ba Tiêu cho Quách Tấn nghe
cây mận đẻ hoa thằng mỹ tho nằm võng
từ Ô Y Hạng Quách Tấn tỉa thơ
ta đ... biết gì hết

đạp xe đạp ngồi ra bãi biển
ngó cái gì chỉ thấy mây bay
trường giang chảy đại dương bại trận
Quách Tấn buồn bông cúc đơm hoa

4.

thôi rồi thôi trường giang mọi rợ
tôi mọi mãi nắng chiều Ban Mê Thuột
Hoàng Kiều ơi em đã đi xa
buồn xóm cũ chiều xưa chưa tỉnh dậy
Buon Brieng và Bon Sar Par

Kontum và Pleiku chiều nay cỏ mọc
Bu Prang và Ban Don ở nơi đâu
tìm thượng tứ tế ra hạ thế
gió chiều nay Toulouse máu đỏ
hai đứa con bây giờ ở nơi đâu?

dượng của anh bị Lê dương bắn chết
người con gái nằm trôi thây trên bãi lạ
chiều nay
chim bay quá nhiều
chuyện đời xưa không còn nữa
Như mãn đã chết
Treo thây trên hàng rào
Hoàng Kiều ơi đâu nữa là Thu Uyên
em còn quá nhỏ
rừng xưa chim lặng tiếng
hãy đóng cửa
Long Khánh
hãy đóng cửa
con trâu vừa bị chém
trường giang ta sẽ ru em ngủ
máu đêm xưa thương em từng trận mưa rào
bồ câu buồn gáy lại năm xưa
mái chùa cũ Đà Lạt chiều tận thế.

THƠ CẦU ĐẢO
HỒN MA VAN GOGH

I.

Úm tô rô Van Gogh hiện ra
Úm ba la u linh ma ha
Đất nứt nở ra bầy quạ trắng
Hồn thiêng Van Gogh nhập vào ta

II.

Thiu thiu thời gian hường hồng xiêu
Chiu chít thương châu hóa mộng kiều
Chẳng đợi mà trông chờ chi nữa
Thượng hướng dương trường đoạn tịch liêu

III.

Thượng hướng dương trường đoạn tịch liêu
Khách thổ tha phương vẽ mộng kiều
Không trông chẳng đợi chờ chi hết
Biệt ly trường trải quạ nguyên tiêu

IV.

Úm ta ra Van Gogh hiện ra
Úm ba la sét đánh sập nhà
Đất nứt nở ra bầy quạ trắng
Hồn thiên Van Gogh nhập vào ta

V.

Biệt ly trường trải quạ nguyên tiêu
Thiu thỉu không gian tiêu sắc yêu
Không đợi chẳng chờ mưa trắc bá
Hương thượng dương trường mệnh tịch liêu

VI.

Thượng dương trường châu thương xiêu xiêu
Khoáng dã đìu hiu đồng mộng kiều
Chít chiu khoảnh khắc thời gian trống
Đất nứt hoang liêu bầy vạc kêu

VII.

Úm ta ra dông tố hiện ra
Úm ba la sét đánh sập nhà
Đất nứt nở ra rừng trắc bá
Hồn thiêng Van Gogh nhập vào ta

VIII.

Đất nứt nở ra bầy quạ kêu
Thiu thiu không gian thương châu kiều
Chẳng đợi không chờ chi lần lữa
Xiêu xiêu trường triệu dương quan liễu

IX.

Úm tô ra hương linh hiện ra
Úm ba la ưu ưu Bát nhã

Đất nứt nở ra đôi vạc trắng
Hồn thiêng Van Gogh nhập đêm qua

THI KỆ MẬT NGÔN

I.

Đêm vui đợi trăm ngày chia phôi
Ngày vui chờ trăm đêm đau nhói
Trống mái giao hoan đại lạc khởi
Âm môn là bát nhã tinh khôi

II.

Há miệng ra cây cải ra hoa
Há miệng ra nhền nhện la đà
Há miệng ra đuôi công xòe lá
Há miệng ra Phật hóa thành ma

III.

Há môi ra cây cỏ xanh um
Hả miệng ra bén nhọn nanh hùm
Há môi ra thơ bay rợp đất
Hả miệng ra hý ngôn chôn Phật

IV.

Há miệng ra trẻ thơ ăn bánh
Hả miệng ra người chết chẳng đành
Há môi ra trăng non bạch giáo
Hả miệng ra lưỡi liềm hắc đạo

V.

Phật là trăng tròn
Bồ Tát trăng non
Sụp lạy trăng non
Quí hơn trăng tròn

VI.

Sùng bái răng chó
Răng chó thành Phật
Ngạo mạn khinh Phật
Răng người thành chó

VII.

Vui một đêm trăm ngày chia phôi
Một ngày vui vạn đêm đau nhói
Trống mái giao hoan đại lạc tới
Âm môn là huyễn mộng khơi vơi

TẤT CẢ

I.

tất cả đều đầy tràn thần linh
ta ngồi nuôi dưỡng cõi vô hình
bứt mây bẻ khúc làm chim ó
bay vụt lên trời đất lặng thinh

II.

trang giấy trắng thần linh xuất hiện
màu mực đen hiền thánh nhãn tiền
chỉ một giây hiện diện chư thiên
nhất tức nhất thiết tam thiên hiển

III.

một chút thôi cũng đủ thần tiên
một giây thôi đầy dẫy chư thiên
se sẻ nhỏ vụt thành ó biển

IV.

chỉ một ngày tất đều linh hiển
thần nhân thiên giao hợp khắp miền
cơn đau là hiển hiện thần linh
sầu se thắt là thiên tiên hiện

V.

chim chóc kêu vui ngày linh thoại
sao xẹt vào đêm phương trượng bay
thanh thiên hoài nguyên thủy chưa phai
rắn và phượng đột nhiên trống mái

VI.

trời và đất rung rinh sụp đổ
đời người như cỏ rác phù đồ
chỉ một phút bao nhiêu sầu khổ
chuyển hóa thành ưu thắng Tỳ Lô

VII.

một phút hưng thịnh là mọng suy
một giây suy tận thành tinh túy
lửa dưới biển vọt tràn đại lũy
thế mộng trào dâng cổ sám thi

VIII.

tất cả là đạo tràng thần linh
ta ngồi tham ngưỡng cội vô hình
thênh thang phù thế làm chim ó
bay lượn tháng ngày cõi lặng thinh

BƯỚM

Bướm bay đầu miễu cô hồn
Đầu sông cá chết sóng cồn hương linh
Đèo truông mây kéo âm binh
Có ai đập cửa thình lình đêm nay

Mùi bông dạ lý hắt bay
Nửa đêm tiếng quạ vườn xoài vọng qua
Mèo hoang rầm rộ nóc nhà
Sét vừa mới đánh cây đa bên đường

Gió luồn qua kẽ vách tường
Một người nằm thở trên giường quạnh hiu
Mơ mòng thiên nữ cô liêu
Bìm leo vắng lặng tiêu điều chiêm bao

Có nàng tiên nhỏ xanh xao
Thất tình tự tử giữa rừng sao mơ
Trăng mười sáu tuổi bơ vơ
Bướm thiu thiu ngủ bài thơ cuối cùng

Sét vừa đánh ngã cội tùng
Nàng tiên rơi xuống giữa vùng nghĩa trang
Cả đêm nàng bước lang thang
Chờ ai tóc xõa dưới hàng chuối tiêu

Một người nằm thở quạnh hiu
Mơ mòng thiếu nữ cô liêu giáng trần
Gió khuya đập cửa bất thần
Giựt mình thức dậy mấy lần chiêm bao

Có nàng tiên dáng cao cao
Nước da mòng mọng hao hao bông hường
Cả đêm lành lạnh chiếu giường
Gió lùa hương lạ bên đường tạt qua

Đêm qua thương nhớ người ta
Tối nay tơ tưởng thiên hà bơ vơ
Tháng ngày tôi nhớ bâng quơ
Những nàng con gái bao giờ gặp đâu

Bướm thiu thiu ngủ giàn bầu
Gió lùa hương ngải giang đầu quên nhau

TĀRĀ

Namo Ārya Tāraye

I.

Mồng tơi mây ngủ hiên chùa
Dâm bụt rực đỏ hai mùa gặp nhau
Hơi rừng thơm nức chiêm bao
Đêm thâu nín thở ngó vào bài thơ

II.

Bay đi tận đảnh mịt mờ
Thả xuống thung lũng chực chờ heo may
Bảy bay dông gióng lũy thầy
Rồng bay rợp đất thơ ai biến hình.

III.

Rắn đỏ vụt hiện thình lình
Người điên bật khóc thần linh hiện về:
Om ta rê tút ta rê
Tu rê soa há: mẹ về thăm con

IV.

Bay bổng rắn lửa héo hon
Bông làng thơm lựng lối mòn miểu xưa
Người điên nằm ngủ sân chùa
Ai vừa nín thở động mùa thinh không

V.

Người thơ bèo nổi long đong
Dạ cầm sông nước lồng bồng chiêm bao
Bỏ thôi rét mướt mận đào
Căm căm ngày đó nước trào bể đông

VI.

Tārā mươi tiếng đại không
Ảo thân nằm giữa lòng sông mật thừa
Về chùa một dúm muối dưa
Xa chùa cũng thế: hứng mưa mỉm cười

CỦA AI

Của ai đâu nào phải của tôi
Chiều nay buồn nhớ quá xa xôi
Em thòng chân trắng trong dòng nước
Chim hải âu bay liệng bắt mồi

Tóc bay nhè nhẹ nắng chiều trôi
Tình xa bất động lạnh lùng thôi
Em đếm sáu lần chim bắt cá
Đợi một lần thôi đúng bảy rồi

Nhưng lần sau ấy không hề tới
Cả một trời thơ sụp đổ rồi
Em thòng chân trắng trong dòng nước
Của nước sông nào chẳng chịu trôi

NHỮNG NGÀY

Những ngày những tháng những mùa đông
Cây cối trôi đi khắp núi đồng
Nhà cửa xóm làng trôi mất biệt
Chỉ còn con chó ngủ bên sông

HƠI THỞ

Có một hơi thở nào giải thoát được cơn gió lốc
Ta là cơn gió lốc mù mịt thổi về trùng khơi truy hoan
Ta là con nước xoáy tròn cuốn trôi nòng nọc
Ta là khói cuộn con rắn khoanh tròn tơ tóc gái đêm
Ta là mưa rươi bay nhẹ về vùng nước lũ
Ở đầu sông lỗi hẹn hải hồ
Ta là sương mù phủ mộng tháng mười thiên đô
Đế châu đã mất
Đế châu đã mất
Con ngựa ô lồng lộn Mã Minh gãy đàn
Long Thọ thở dài nhật nguyệt lang thang
Ta là con chích chòe ngủ say cành ổi trắng
Nắng rừng mai ai lượm hạt cho chim

Ta là tên rợ từ vùng Tân Cương trở về
hiếp dâm buổi sáng
Kinh kệ động Đôn Hoàng xoắn ốc chôn vùi Giác Ngộ vào quên
lãng thâu đêm
Thu không, thu không!
Sa mạc Gobi hừng hực hai bàn tay trắng
Nhật nguyệt lang thang thiên di ngày tháng
Tân Cương! Tân Cương! Gái nào đang khóc
Khói cuộn Gobi chiều hoang trốn học
Ông già cô độc ngồi đọc Kim Cương
Con chích chòe bay lạc mười phương trượng
Mộc lan mộc lan! Đen um rười rượi
Rỉ nước sầu riêng thơm phức tuổi thơ.

ỨNG HIỆN

Thất bại giữa đời này
Chết sáng ngời trên cao
Bông tàn phai cõi đất
Mọc lại giữa trăng sao

XIN GỌI

Xin gọi đại là thơ
Làm lúc nào chẳng nhớ
Cho một cô gái nhỏ
Chưa từng gặp bao giờ

TUỔI DẠI

Lơ lửng bông mồng gà
Chiều ba mươi tết ta
Tôi ôm gà tre nhỏ
Chạy trốn tuổi thơ qua

SẤM THI

Rắn cuồn cuộn hư không
Lắc lư bông xương rồng
Phướn linh reo đầu núi
Mần nứt mộng phương Đông

TỈNH LẺ

Chiều hôm băng qua cầu
Phố xưa buồn phong châu
Phù đồ trôi mấy kiếp
Mây trắng nõn trên đầu

NƠI ĐÂY

Trăm năm đời hờ hững
Đêm ngày buồn lơ lửng
Linh địa là tại đây
Nơi chỗ tôi đang đứng

CHỢ CHIỀU

Phố phường xe rầm rộ
Tôi đứng yên một chỗ
Lũ lượt đời cuộn trôi
Thoáng chốc thiên cổ rồi

LY HƯƠNG

Lang thang trên phù kiều
Nhìn đám đông thả diều
Ồ đã ba mươi năm
Xa nhà đi biệt tăm

XA XĂM

Cô gái buồn tức tưởi
Mùa nước ngập mưa rươi
Bao giờ chàng trở lại
Sầu xa ngấm vào người

THƠ CHO NGUYỄN DU

Tháng ngày làm thơ chơi
Hồn bay thẳng ra khơi
Bạch phát ngút ngàn tới
Thu phong tắt nghẹn lời

SỚM DẬY

Sớm dậy leo đường dốc
Trèo lên ngọn đồi trọc
Ngắm đàn chim dồng dộc
Ngậm lúa về bên cốc

NHỮNG NGÀY THÁNG
CÒN LẠI

I.

Một giờ rồi hai giờ
Một ngày trôi bâng quơ
Nhớ quên rồi quên nhớ
Quên với nhớ hững hờ

II.

Lẳng lặng đời trôi đi
Đìa hiu trăng dậy thì
Lang thang chiều phố thị
Nhớ gì quên biệt ly

PHỐI THI

Đồi cao bước một mình
Thiên thanh chiều lặng thinh
Cỏ thi sương đóng kín
Phơ phất sấm Trạng Trình

BÌNH THƯỜNG

Làm thơ lúc rửa chén
Nước chảy tuôn rỏn rẻn
Bọt trắng sạch rêu đen
Bếp nhà rân tiếng én

THỊ HIỆN

Quay về Hỏa Đầu Sơn
Đốt dục tình sạch trơn
Nước chảy trôi am cũ
Ngồi trên cây gảy đờn

SÁNG TỐI

Sáng đợi mây hải vương
Trưa tắm mưa đất mường
Chiều đại lãnh thùy dương
Tối tìm em bản thượng

LAU CHÙI BÀN GHẾ

Tượng Phật ở bàn thờ
Dọn dẹp để trống trơ
Tôi vẫn lạy chỗ trống
Chỗ trống thành bài thơ

GIẢ THUYẾT

Co giãn siêu vật lý
Thời gian đảo ngược đi:
Cái tách rớt xuống sàn
Vọt nhảy lại trên bàn:
Những gì đã tan vỡ
Tròn vẹn lại ban sơ

TUỔI NHỎ

Lia thia bông súng đỏ
Cá phượng nhỏ hẹn hò
Đầu cầu trẻ con ngó
Tầu chìm sông Mỹ Tho

CHỢ TRỜI

Đời anh như con chó
Chủ đem bán chợ trời
Lạc đường em đứng ngó
Chiều hiu hiu lặng gió

THƠ CHO HÀN MẶC TỬ

Mỗi ngày ọc ra thơ
Đau điếng chết từng giờ
Từ Thôn Vĩ đi chợ
Dăm gái Huế mua thơ

NHẬT DỤNG

Một chút ý chí thôi
Cũng trổ trăm bông rồi
Lắm lúc ngồi nhịn đói
Tối ngủ sướng thì thôi

THÀNH SỰ

I.

Ý được chí đốt
Bắt lửa đột ngột

II.

Đường dài khó khăn

III.

Ý được chí đẩy
Sừng sửng vùng dậy

IV.

Ý Chí cõng bồng
Thành sự việc xong

V.

Thơm tho qua cổng
Bằng lăng sen đồng

DIỆU PHÁP LỤC TỰ

Cảm ơn thật
Thì thành Phật

HAM MUỐN

Muốn gì mà có ngay
Thì tai nạn vạ bay
Không thèm muốn gì nữa
Đời tràn ngập thơ hay

SẦU THI
CHO MỘT THI SĨ ĐIÊN

I

Buổi chiều xạ kích trên băng thổ
Lừa con chở bông về thành phố
Đất mường sa phủ cũ ly hồ
Người điên dạo đàn căm dưới mộ

II.

Buổi chiều xạ kích trên thương cảng
Bầy hải âu động ổ nghĩa trang
Gạo trắng bay đom đóm ngỡ ngàng
Gái giang hồ chống nạng lang thang

III.

Thành phố điêu tàn chim nín thở
Buổi chiều xạ kích rách trang thơ
Người điên quên đàn và chợt nhớ
Gần mà khó nắm được thiên cơ

IV.

Gần gũi bên nhau mà không gần
Thi hiện nan đắc sầu thi nhân
Bầy chim động ổ trên thành phố
Rơi rụng thơ trời trắng hải tân

V.

Chỗ hiểm nguy ắt nơi giải nạn
Chốn lâm nạn mở ra địa đàng
Buổi chiều xạ kích trên thương cảng
Nguy cơ làm giải thoát thênh thang

VI.

Buổi chiều xạ kích trên phong thổ
Lừa con chở bông về thành phố
Đất Mường xa phủ cũ thiên đô
Người điên thả chim bên thổ mộ

VII.

Buổi chiều xạ kích trên hương cảng
Bầy én ma động ổ nghĩa trang
Rừng chôm chôm ngựa đỏ lạc đàn
Gái giang hồ chống nạng lang thang

ĐÔN HOÀNG

Đi đâu rồi cũng về
Đau hoài thì cũng thế
Ngoài bốn bể bông lông
Mà vẫn ngồi trong động

TRÀ CÚ

I.

Mưa núi cú hoang vu
Đường cheo leo sương mù

II.

Ruồng rẫy hết mộng mơ
Xô tàu đắm xa bờ
Lên rừng nghe gió hú
Nằm lặng im nín thở
Chẳng còn chi thương nhớ
Dứt sạch cả đợi chờ

III.

Lên rừng nghe gió hú
Chiều Trà cú hoang vu
Cọp gầm bên chùa cũ
Mưa ngâu bay mịt mù

IV.

Chẳng thương và chẳng nhớ
Không đợi và chẳng chờ
Lên rừng nghe gió hú
Mưa núi Cú âm u

THỦ LĂNG NGHIÊM KINH

Lắng vào trong cái nghe
Rót vào lòng thật khẽ
Lọt vào trong lặng lẽ
Động tịnh đều dứt nhẹ

LÊN ĐƯỜNG

I.

Chim ca lăng kêu sương
Tôi sụp lạy cúng dường
Lôi bồ đề tâm dậy
Chấn động khắp mười phương

II.

Chim ca lăng kêu sương
Tôi sụp lạy vô lượng
Lôi bồ đề tâm dậy
Địa động cả mười phương

III.

Chim ca lăng kêu sương
Tôi sụp lạy cành dương
Lôi bồ đề tâm dậy
Sấm nổ chuyển mười phương

IV.

Chim ca lăng kêu sương
Tôi sụp lạy đại dương
Lôi bồ đề tâm dậy
Sấm sét nổ mười phương

V.

Chim ca lăng kêu sương
Tôi sụp lạy bất thường
Lôi bồ đề tâm dậy
Gió bão lặng mười phương

VI.

Chim ca lăng kêu sương
Tôi sụp lạy cát tường
Lôi bồ đề tâm dậy
Mây lạ cuốn mười phương

VII.

Chim ca lăng kêu sương
Tôi sụp lạy vô thường
Lôi bồ đề tâm dậy
Sấm chẻ đứt: kim cương

VIII.

Chim ca lăng kêu sương
Tôi sụp lạy lên đường
Lôi bồ đề tâm dậy
Sấm trời động thượng phương

IX.

Chim ca lăng kêu sương
Tôi sụp lạy hạ phương
Lôi bồ đề tâm dậy
Sấm nổ bay bông phượng

X.

Chim ca lăng kêu sương
Tôi sụp lạy vô phương
Lôi bồ đề tâm dậy
Chớp sáng ngời phương trượng

XI.

Chim ca lăng kêu sương
Tôi sụp lạy thiên hương
Bồ đề tâm tăng trưởng
Bông quỳnh nở bất thường

XII.

Chim ca lăng kêu sương
Tôi sụp lạy vách tường
Bồ đề tâm qui ngưỡng
Bông trang trổ đầu đường

PHƯƠNG PHÁP

Lùa nhẹ vào một mối
Đập mạnh một nhát thôi
Tất cả đều bày phơi
Trí huệ sáng rực ngời

THƠ CHO NGUYỄN DU

Năm tàn nằm mớ Nguyễn Du
Kiều trôi đâu mất la phù dặm khơi
Cuốc kêu bảng lảng tháp hời
Nhắc tên người cũ rã rời cuối năm

GẶP LẠI

Mười lăm tỷ năm qua
Từ vạn triệu thiên hà
Bây giờ ta mới tới
Gặp lại em hôm qua

NÚI TRỐNG

Từ tuyết sơn trở về
Chặt đứt phăng mạch đề
Bốn chùm bằng lăng rụng
Tử kinh sáng chân đê

TỊCH DIỆT

Thoắt đi một đời người
Buồn hoài cũng thế thôi
Triệu năm là giây phút
Chưa đi đã tới rồi

NHÌN TRỜI

Đứng giang chân nhìn trời
Bầy chim rừng chưa tới
Bông bay ngoài Khê Thượng
Gió lồng lộng ra khơi

BÔNG SỨ

Cô cài bông sứ cho mộng đầu
Bướm đỏ liệng vành tìm chỗ đậu
Gió đâu hất mạnh tung làn tóc
Bướm vụt bay đi nàng chợt sầu

PARIS

Mười năm xa Paris
Chuyện tình xưa còn gì
Dưới cầu tôi nằm ngủ
Sông buồn bỏ trôi đi

KHÔNG GÌ CẢ

Không nặng mơ rung trong đồng cỏ
Không một bài thơ reo với gió
Không còn ở đây hay ở đó
Không cột đèn cho chỗ hẹn hò

NHẬT KÝ

Liệng đống thơ dọc đường
Buồn ban trưa bình dương
Thu hồn về một hướng
Thở ra bông hải đường

CÓ MỘT BÀI THƠ

I.

Có một bài thơ quên trọn năm
Có người bỏ mộng đi biệt tăm
Có ai lén lút ra ngoài cửa
Có một căn phòng đóng lặng câm

II.

Có gì mà vẫn buồn quanh năm
Có mưa rớt nhẹ qua đêm rằm
Có ai lén lút đi ra cửa
Có một căn phòng đóng lạnh câm

MƯA

Có mưa dính muộn trên cành cây
Có đâu trời bắt phải chia tay
Có chim tu hú buồn không gáy
Có gì quên hết mưa còn bay

MỘT CHIỀU NÀO ĐÓ
Ở CALIFORNIA

I.

Một gian phòng nhỏ một buổi chiều
Một người tựa cửa đứng buồn thiu
Một cô gái nhỏ băng qua phố
Một tiếng chim xa lọt xuống đèo

II.

Một gian phòng cũ một buổi chiều
Một người tựa cửa đứng đìu hiu
Một người lặng lẽ băng qua phố
Một kẻ xa buồn lén ngó theo

III.

Một gian phòng tối một buổi chiều
Không người tựa cửa đứng đìu hiu
Không ai bước nhẹ băng qua phố
Không tiếng bông khô rụng xuống đèo

THƠ CHO MANDELSTAM

Con én đui đậu ngay chỗ nằm
Con én mù bay rạp đầu năm

Mặt trời đen người liệng đi đâu
Bông chanh rụng trắng tập thơ sầu
Thơ đen người hú trên đồng cỏ
Én vàng năm cũ chết đêm sâu

Mặt trời xưa đã chôn từ lâu
Bông trang rụng đỏ tập thơ sầu
Thơ đen người gởi cho lầu vắng
Én mù năm cũ chết nơi đâu

TRỞ VỀ

Chim bói cá tìm rùa
Bay chuyền cành đậu đũa
Lạc đường bông sói rụng
Tôi lại trở về chùa

THI HỨNG

Hứng lúc nào cũng đến
Giờ nào cũng giờ hên
Ngồi thẳng lưng mà viết
Vạn tơ tưởng bập bềnh

VỀ CHÙA

Ba giờ sáng chưa ngủ
Chim lạ kêu chùa cũ
Thì thầm đọc thần chú
Hốt nhiên chim im ru

NHẤT THIẾT

Ngồi im giữa vòng tròn
Thở nhẹ như chim non
Mộng thân trùm Pháp Giới
Bông quỳnh vừa nở trọn

TÀNG KINH CŨ

Kinh ở kệ hướng đông
Kệ sách hiện bỏ không
Ngơ ngác nhìn chỗ trống
Hồn kinh xưa khẽ động

NHƯ THỊ

Ba mươi năm nằm dài
Một hôm đứng phắt dậy
Bất Nhị xòe tầm tay
Bất ngờ tôi sụp lạy

BÁM RỄ

Bám rễ nơi vực sâu
Ó rừng chen về đậu
Mặc thiên địa lộn nhào
Ngó Lão tử cỡi trâu

NĂM

Năm nàng con gái bay trên biển
Thơm tóc rêu tơ rợp đất hiền
Dâm bụt khai bông ngoài đảo quạ
Hải đường bay liệng nắng thu thiên

Ngựa rừng xòe cánh sang biển Đông
Chim con nhảy vọt qua sông Hồng
Ríu rít mưa kêu nàng ở lại
Nàng bay đâu mất giữa thinh không

Năm nàng bay rồi không còn ai
Thiu thiu đồng cỏ áng mây bay...

LẠI MỘT GIAN PHÒNG

Một gian phòng nhỏ một buổi
Một người dựa cửa đứng buồn thiu
Chim đen hú lại hồn ma cũ
Có người bỏ hết cả tình yêu

Rắn nào đang cười ó trên cao?
Rừng nhãn dơi bay hay mưa rào?
Đất nứt nở ra bầy quạ đỏ
Chim yểng bay rồi trên chiêm bao

Một gian phòng nhỏ một buổi chiều
Một người dựa cửa đứng buồn thiu
Một cô hàng xóm băng qua phố
Một hồn ma cũ hú quạnh hiu

Rắn trời ôm cổ ó xiêu xiêu
Một người dựa cửa đứng buồn thiu
Yến đã bay rồi sang bến lạ
Một gian phòng nhỏ một buổi chiều

TRƯỜNG CA CÙ LAO RỒNG

Những bài thơ sinh sau đẻ muộn
Loài người đến ở trên mặt đất còn muộn màng hơn nữa
Những tình nhân từ tạ cõi đời
Cây xương rồng đâm mủ
Những bài thơ không vần không điệu cứ tiếp tục đơm bông
Tứ phương thiên hạ rậm rực lên đồng
Chữ nghĩa thánh hiền bay đâu mất
Trà đình tửu thất tàn tạ âm dương
Mấy hàng kinh Dịch chẻ hai trôn ốc
Những con ốc xoáy tròn sát hải hành hạ hình hài
Thảo Hương bàng bạc mỗi đêm khuya
chong đèn tương tư với loài ma tương lai
Những con ma tóc dài đến eo thì thầm hạ lưu trường mị
Thảo Hương đâu từ những hạ lưu thối về quanh năm
Mùi thơm của con sông làm cho cả đời thằng con trai lêu lổng
trăng rằm
Cái mùi khăm khẳm hố thẳm tịch liêu
Những con diều đứt chỉ bay lộng trời thục khí có cúc trùng
dương tưởng tượng
Những bài thơ sinh sau đẻ muộn
Những đóa hoa đến muộn hơn cả những hoa hướng dương
Thảo Hương lọt từ những câu kinh thời xưa từ vùng sa mạc
Vu Điền và Kế Tân
thổi về hiu hắt mấy chục thế kỷ ly hương
hương hạ phương Tây nam suốt năm trần trọc.
Mùi thơm của con sông đầu độc
Thảo Hương xoáy tròn trôn ốc

Thảo Hương thượng phương mây lạ vẫy vùng
Hai con ngỗng trắng trên sông Cửu Long
Thời thơ ấu hái bần chấm muối ở Cù Lao Rồng
Lớn lên đi đứng lừng khừng lêu lổng
Tháng ngày ngựa quên đường cũ
Từ Vu điền qua Kế Tân cả vùng Tân Cương lưu lạc
Ngồi tham thiền nhập định chỉ thấy gái trần truồng nhảy múa
tóc đen
Mùi tóc bay mùi sông Thảo Hương bay hướng dương nguyệt
tận
Tinh cầu tàn lọng mây hiện mười phương
Thảo Hương Thảo Hương mười sáu năm trường
Mùi con gái hươu nai bộ lạc
Những con lạc đà âm thầm chở kinh Phật băng qua sỏi đá
Cù Lao Rồng ngày tháng phôi pha
Hương Thảo trôi đi Thảo Hương ở lại
Tên một người con gái tương lai
Không hề gặp trong đời
Mà ngày mai sẽ tới
Những phù chú âm binh Án Tô Rô Tô Rô Tất Rị
Thảo Hương sinh tử bất quan hoài
Om tare tuttare ture svaha
Tôi hô thần chú cho Tara xuất hiện
Thảo Hương ta ra bên sông chơi
Thời oanh liệt thơ bay rợp miễu
Mai Thảo buồn sát na phiếu diễu
Nghiêm Xuân Hồng đan dệt quang minh lưới điển tịch liêu
Ngày xưa thi sĩ thả diều
Hồn phách hoang liêu cọp trắng ngủ dưới hiên chùa
Nghe kinh kệ một đêm thành mèo đen sư cụ
Những trái mù u của thời bé nhỏ
Những bông cây sao rớt rụng hàng ngày

Mỗi chiều đi tắm sông

Chơi với những con cua con còng sơ sinh từ đất phù sa Tây Tạng

Đông phương nhập Tây phương khởi

Bắc phương khởi Nam phương nhập

Hương Thảo nhập Thảo Hương khởi

Quế Hương khởi Thảo Hương nhập

Những bài thơ vẫn phải sinh sau đẻ muộn

Chữ nghĩa thi nhân mỗi ngày đen đúa

Hai con ngỗng trắng lội bên cạnh Cù Lao Rồng

Chánh Vì Vương xuất hiện ở Nam Phương

Thiên hạ đồn chuyện mù u tôi không bao giờ hiểu được

Một buổi chiều người lạ bắn ngỗng bên cồn

Máu đỏ cả một dòng sông Cửu Long dạo đó

Ngỗng biến mất

Tuổi thơ của thằng nhỏ cũng không còn

Những ngày héo hon ngó mòn con mắt cũng không thấy được ngỗng trời

Tha phương cầu thực đất khách rã rời

Mùi thơm của con sông chiều nay hiện tới

Thảo Hương bông tím lục bình trôi nổi

Hằng hà sa số những sao rơi đầy trời

Những bài thơ sinh sau đẻ muộn

Những bài thơ tinh tú

Những bài thơ đi trước con sông thần thông phù chú

Những bài thơ động

Biến động phổ biến động

Những bài thơ khởi

Biến khởi phổ biến khởi

Những bài thơ dũng

Biến dũng phổ biến dũng

Những bài thơ chấn

Biến chấn phổ biến chấn
Những bài thơ hồng
Biến hồng phổ biến hồng
Những bài thơ kích
Biến kích phổ biến kích
Thơ nhập thần khởi
Thảo Hương nhập nhật nguyệt khởi
Gió mùa xuân tới
Bầy thỏ bơ vơ
Án Tô Rô Tô Rô
Thơ tha hồ rụng
Em đâu rồi đèn đỏ cả đêm
Trăng mười sáu ngựa quên đường cũ
Từ Vu Điền Kế Tân tôi trở về đây lầm lũi
Những bài thơ buồn vô nghĩa
Thị tứ Los Angeles hoàng hôn những
cột dây đèn những hàng cây thốt nốt
Bài thơ nằm yên không động đậy
Trời thục khí bầy chim ngủ muộn
Mùi thơm của những con sông
Con ngỗng trời bay mất
Cửa đóng luôn ba mùa đông
Quán đỉnh thượng hồng

SƯƠNG MUỐI

Sương muối bay trắng đồng
Bềnh bồng mây rụng bông
Hiu hiu kè gió thổi
Buồn nhè nhẹ trôi sông

THỨC KHUYA

Thức khuya trời rạng đông
Triều nước lớn qua sông
Giựt mình quên đóng cửa
Trên đồi: phong đỏ hồng

TRÔI

Tất cả đều trôi đi
Chuyện xưa không còn gì
Mây chiều bay lũ lượt
Nói năng nữa mà chi

CON GÁI

Càng xa càng mông lung
Tới gần vẫn lạ lùng
Nhắm mắt sao lạ quá
Mở ra: ồ không cùng

TÔI CHẾT

Tôi chết đi hôm nào
Sực tỉnh dậy trên cao
La đà bay phất phưởng
Đạp nhẹ đuôi sao phướn

Tôi sống lại mai sau
Ngồi nhập định non cao
Biệt tích mười phương hướng
Múa ca cùng chim phượng

NƯỚC CHẢY

Nước chảy trong buồng tắm
Trời run rẩy căm căm
Trộm nhìn em mặc áo
Hương ủ thơm đêm rằm

HÔM NAY

Hôm nay là hôm nào
Thôi đừng hỏi tại sao
Phép lạ đập vào cửa
Bông súng nở trắng phau

SÁNG

Sáng dậy em tưới cây
Tan sở về ngó mây
Cầu thang bước thon nhỏ
Cửa bật mở cuối ngày

THẨN THƠ

Thẩn thơ rồi thẫn thờ
Lặng lẽ ngồi hong thơ
Mưa đìu hiu thôn vắng
Bay đi những mộng hờ

CHỈ CẦN

Chỉ cần một ý tưởng:
Khắp vũ trụ mười phương
Sáng bừng lên vô lượng:
Thiên tiên hiện đầu giường

CHIÊM BAO

Đêm mưa nằm chiêm bao
Thấy em khóc nghẹn ngào
Bàng hoàng chợt tỉnh giấc
Rồi mơ thấy kiếp sau

Phố Đà Lạt mưa ngâu
Quì vàng nở rực màu
Dăm ba nàng thơ thẩn
Hường đỏ thắm anh đào

Em ngồi cạnh bờ ao
Thòng chân xuống trắng phau
Em liệng hòn cuội nhỏ
Nước động xoáy dạt dào

Gió xôn xao rú gào
Thổi hất tung khuy áo
Phơi núm vú đỏ au
Em thẹn thùng kêu đau

Rồi bật khóc cúi đầu
Chẳng thèm nói một câu
Bất thần anh tỉnh giấc
Nghe mưa rớt qua cầu

Một hôm nào mưa rào
Biển chiều mới gặp nhau
Chiều xa xưa hoang vắng
Càng nhìn nhau im lặng

Bên kia đồi không nắng
Tiếng dương cầm văng vẳng
Một người khóc trong mưa
Thôi chẳng còn nhau nữa

Dẫu hẹn nhau lần lữa
Kiếp nào như đêm xưa...

SÁNG

Sáng sớm thức dậy
Ai nằm bên cạnh

Trời thực nhiều mây
Mưa đêm vừa tạnh

Cây là ướt xanh
Mộng đỏ đầu cành
Rung nhẹ thiên thanh

Sáng này như hôm ấy
Bánh xe nghiến đường rầy
Buồn xưa vùng chỗi dậy
Ngỡ dập tắt lâu nay

Chẳng muốn nói gì nữa cả
Đóng lại cửa phòng thấy lạ
Nhớ nhau thì gặp nhau
Không nhớ nữa quên mau

Nhảy thẳng vào sự việc
Chẳng có gì đáng tiếc
Sự việc lớn lao nhất
Là hiện tiền tịch diệt

SỐNG CHẾT

Sống không ai ngó
Chết chẳng ai lo
Sinh tử ồ chuyện nhỏ
Thương khóc chi lắm trò

HÍT THỞ

Hít vô mặt trời mọc
Thở ra hồn bích ngọc
Hít vô trăng mười sáu
Thở ra rừng đại lộc

Từ trống trải nhận thấy
Tự trống trải lắng nghe
Tịch diệt liền tại đây
Xuân dậy giữa trưa hè

THỜI GIAN

Hôm qua vẫn trở lại
Dĩ vãng là hôm nay
Ngày mai là hiện tại
Hiện tại chết mỗi giây

Mỗi giây mất một đời
Cái gì vừa vụt tới
Liệng bay đi tức thời
Em đâu rồi em ơi

NGƯỜI BƯỚC

Người bước đi yểu điệu
Tôi lén ngó nhìn theo
Ban trưa buồn thiu thiu
Xe tắt máy bên đèo

XANH MƯỚT

Xanh mướt rừng cây ở dưới sông
Một bước chân đi trăm chiều mộng
Một người sống lại đêm trăng mới
Một thoáng nhìn lên triệu sáng hồng

ĐỒNG DAO
CHO LOÀI NGƯỜI

I.

Chợ tàn ngó cá lia thia
Bầy chim bạc má bay lìa giang đông
Thượng phương mống nắng cầu vồng
Thương nhau thì đợi đất đồng trổ bông

II.

Đêm đêm nàng vẫn chờ chồng
Lia thia trong chậu vẫn không cạn bèo
Con tàu ở lại bến neo
Bầy chim bạc má bay vèo rạng đông

III.

Nhớ thương ngồi chép thơ chồng
Sớm hôm kinh kệ vẹn lòng chăm tu
Đời người chỉ một tu du
Búng tay một cái sương mù đã tan

IV.

Bầy chim bạc má gọi đàn
Thương nhau gặp lại trên ngàn đỉnh cao
Trở về Đà Lạt ngó đào
Ghé thăm Liên Chiểu thuở nào yêu nhau

V.

Ngày xưa cùng hát đồng dao
Nhìn nhanh liếc trộm dạt dào phong sương
Sau này gặp lại lạ thường
Cùng nhau về một con đường biển đông

VI.

Mái nhà kế cạnh ven sông
Bốn mùa nước chảy xuôi dòng thả bông
Lầu cao phơi áo cho chồng
Đứng im nhìn gió thổi phồng mộng mơ:
"Có chồng mà lại được thơ
Kiếp sau lần nữa xin chờ anh thôi..."

LẠI CHO MANDELSTAM

Con én đui đậu ngay chỗ nằm
Con én mù bay rạp đầu năm
Én đui về lúc đám ma đi
"Lời muốn nói đã quên dạo ấy"
Có người vội chết lúc xuân thì

Hồn én đui trở về sông Neva
"Hôm chủ nhựt phố phường hoang vắng quá
Ngày ngáp hở như đoạn thơ ngắt quãng"
Móng ngựa mờ phản hiện bóng linh xa

"Ta sẽ gặp nhau phố cũ hẹn hò
Dường như đã chôn mặt trời nơi nọ
Móng ngựa rung rinh những ngày xưa đó"
Mặt trời đen chim sẻ càng hát nhỏ

"Bầy ngựa chết dọc đàng trên đại lộ
Nhà xác xông mùi lên vùng diễm phố
Đèn cây còn cháy buổi trưa ngày giỗ"

Môi máy động người nằm yên dưới mộ

Hồn én đui trở về sông Neva
Con én đui đậu ngay chỗ nằm
Con én mù mới chết đầu năm

THƠ HÖLDERLIN

HOÀI TƯỞNG
(ANDENKEN)

Gió đông bắc thổi
Luồng gió được tôi yêu thương nhất trong các luồng gió
vì nó hứa hẹn thần trí nẩy lửa
Và chuyến hải hành tốt đẹp cho những thủy thủ
Thôi, bây giờ hãy lên đường và đón chào
Dòng sông Garonne kiều diễm
Và những khu vườn ở Bordeaux
Mà nơi đó trên bờ sông dốc lệch
Lối đi tuột xuống, nơi đó con suối nhỏ
Chảy đổ rớt sâu vào dòng sông, nhưng ở trên kia

Một cặp giai ngẫu quí phái

Những cây sồi và những cây bạch dương bạc trắng, đang đứng nhìn ngó xa vời

Vẫn còn tơ tưởng dịu dàng trong tôi và còn thấy lại bao nhiêu

Những chóp cây rộng lớn của rừng cây du

Nghiêng cúi trên nhà máy xay lúa

Nhưng trong sân vườn có một cây sung mọc lên

Mà nơi đó vào những ngày lễ

Những người đàn bà da nâu rám nắng rảo bước

Trên mặt đất mềm mượt như tơ lục,

Vào thời tiết tháng ba

Khi ngày và đêm đều dài bằng nhau

Khi trên con đường nhỏ chậm rãi thong dong

Nặng trĩu những hoàng mộng
Lướt nhẹ ngọn gió hiu hiu ru ngủ

Thôi, hãy trao cho tôi
Một chén rượu thơm ngát
Tràn trề ánh sáng đen sẫm
Để tôi được an nghỉ và rồi
Được ngủ ngon lành dưới bóng mát râm
Không nên
Là không hồn trống vắng
Những suy tưởng tử sinh. Tuy nhiên cũng nên
Nói chuyện thì thầm với nhau và nói lên
Những gì trái tim muốn nói, nên nghe nhiều điều kể lể về
những ngày yêu đương.
Và về những sự nghiệp đã thành tựu.

Nhưng những bạn thân của tôi bây giờ ở
đâu? Bạn Bellarmin

Với kẻ đồng hành của anh ấy? Nhiều người
Lưỡng lự rụt rè lên đường trở về suối nguồn;
Thực thế, niềm sung mãn tràn trề bắt đầu ở
Trong biển cả - Họ, những kẻ ấy,
Giống như những họa sĩ phối hợp
Sắc đẹp của mặt đất và không tránh né rẻ rúng
Chiến tranh vẫy cánh và sống trọn
Cả năm dài cô độc, dưới
cột buồm không lá, nơi chốn mà đêm tối không bị xuyên
chiếu rực ngời
Bởi những ngày lễ lớn của thị trấn
Bởi nhạc vũ nhảy múa của dân cư địa phương.
Thôi, bây giờ quay mặt hướng về dân đất Ấn độ
Họ đã lên đường,

Nơi đó, nơi mà đỉnh chóp lộng gió
Nơi những đồi núi trồng nho mà từ đó
Sông Dordogne chảy xuống,
Cùng với dòng sông Garonne xinh đẹp rạng rỡ
Và cùng nhau dòng nước chảy tuôn ra xa khơi, thênh thang như biển cả
Nhưng biển cả cưu mang chấp nhận và ban bố cho trí nhớ, và
Tình yêu, cũng thế, vẫn còn đôi mắt nhìn ngắm trừng trừng,
Song, chỉ có những thi nhân mới phôi dựng lại những gì còn tồn tại...[1]

---

[1] Hoelderlin, xuân 1803.

Phạm Công Thiện dịch từ nguyên tác chữ Đức, *Andenken,* (định bản trong *Hoelderlin, Werke und Briefe,* cuốn I, trang 194-196).

...TỪ CÕI XA XÔI
(WENN AUS DER FERNE...)

THƠ HÖLDERLIN

Khi từ cõi xa đôi ta chia cắt
Em còn anh nhận ra trong khoảnh khắc
Dĩ vãng, hỡi người san sẻ cơn đau!
Còn gợi cho anh thoảng chốc ngọt ngào,
Thì nói đi, nàng đợi anh thế nào?
Sau những tháng ngày rùng rợn tối đen
Gặp lại nhau vườn xưa nơi hò hẹn?
Xin ven sông cõi uyên linh nguyên thủy.
Em phải nhận, có chút gì tuyệt nhỉ
Trong thoáng nhìn anh ngó vọng phương xa
Mắt đảo quanh một lần vui sướng lạ,
Anh, kẻ ít nói, người thường lộ vẻ
Âm u buồn. Phút giây trôi quá lẹ?
Sao hồn em còn lặng lẽ tin rằng

Có thực em đã cách xa anh hẳn?
Vâng, xin nhận rằng em vẫn của anh.
Thực vậy! như anh muốn giữ trung thành
Trong trí nhớ em những gì anh viết,
Những tờ thư kể bao điều anh biết,
Giống anh, em kể hết chuyện qua đi.
Xuân đã rồi? Hè nhỉ? Chim họa mi
Hót ngọt lịm sống chung bầy chim khác,
Bụi rậm gần, mùi hương cây ngào ngạt
Phảng phất chung quanh đôi ta bàng bạc.
Những đường nắng, bụi bờ và bãi cát,
Ta giẫm chân, làm cho thêm lạ thường
Hay uất hương, đổng thảo, bông cẩm chướng.
Trên tường lũy lá trường xuân xanh, xanh
Huyền phúc đẹp đường cao thường gặp anh,
Sớm tối chiều đôi chúng mình kể lể,
Ngó nhìn nhau ôi sao quá đê mê.

Trong vòng tay em, chàng trai sống dậy,
Kẻ bị bỏ rơi đến từ đồng rẫy,
Nơi chàng trở cho em, lòng nặng sầu,
Song những địa danh nơi chốn khó vào,
Chàng giữ nhớ tất cả miền diễm tượng
Những hải tần diễm tuyệt, chốn em thương,
Trổ bông rộ sắc nơi chốn quê hương
Hoặc chỗ kín, từ trên cao mũi đá,
Nơi mình được nhìn biển cả bao la,
Song chẳng ai muốn thế. Xin thứ thương
Và nhớ tưởng nàng, kẻ còn sung sướng,
Vì ngày huyễn hoặc rạng chiếu em anh,
Bắt đầu thổ lộ hoặc tay siết mạnh,
Em với anh làm một. Ôi! Chao ôi!
Những ngày thơ mộng đã đi qua rồi.
Rồi sau đó là hoàng hôn đen tối.
Anh quá cô đơn cõi đời diễm ảo,
Anh thường ứng nói thế, anh yêu dấu!
Mà có điều chi anh không biết, dẫu...

Phạm Công Thiện dịch
*(dịch từ nguyên tác chữ Đức bài Wenn sus der Ferne in trong
Hoelderlin, Werke und Briefe, cuốn 1, trang 265 – 266 do F.
Beissner và J. Schrmidt san định, nxb. Insel, Frankfurt am Main,
1969.)*
*Tái bút: Hoelderlin làm bài thơ trên vào lúc đã đi vào cơn điên
loạn thiêng liêng, bài thơ viết khoảng năm 1806, theo thể điệu
cổ thi Alcaic của Hy Lạp, và Hoelderlin chỉ viết bài thơ đến câu
cuối dang dở ở trên. Nhân vật nữ trong bài thơ chính là
Diotima, tức là Suzette Gontard, người đàn bà có chồng mà*

Hoelderlin đã yêu đương trọn vẹn suốt đời, nàng chết vào năm 1802 và Hoelderlin đã điên trước đó chừng một vài năm. Người đàn ông trẻ tuổi trong bài thơ hiển nhiên chính là Hoelderlin. Trong thời gian ở Frankfurt và Homburg, Hoelderlin đã làm rất nhiều bài thơ về Diotima (ẩn danh của Suzette Gontard), nhưng chỉ có bài thơ dịch trên thì Hoelderlin mới tự đồng hóa với Diotima và để nàng khẽ thầm lên tiếng (Hoelderlin, Werke und Briefe, cuốn III, trang 158). Bài thơ trên cũng là một trong một số ít bài thơ trong thời kỳ điên loạn mà Hoelderlin vẫn còn giữ được ngôn ngữ thiên tài đặc biệt, ảo tàng, diệu vợi, diễm tuyệt của riêng mình một cõi hắt hiu...
P.C.T

MỤC LỤC

PHẠM CÔNG THIỆN
(Ảnh: Jazzy Da Lam)

www.ingramcontent.com/pod-product-compliance
Lightning Source LLC
Chambersburg PA
CBHW031957010726
47493CB00007B/2235